AF758501

பூவே உனக்காக

Published By

www.poetryworld.org

Poove Unakaaga

Written by K.G.Dhanush

Published by: Poetry World Org

Publisher's Address: Haryana

Printed under PWO in India

Special credits to Dr.Niveditha and Dr.Nitin Chopra

Edition: I (2024)

ISBN (Paperback): 9789392507953

Book Design by Poetry World

பூவே உனக்காக

கு. கோ.தனுஷ்

Dr. K.G.Dhanush MBBS

Instagram ID: oru_kutty_kavithai

Email ID: dhanushgopu13@gmail.com

இப்படைப்பை உங்கள் முன் எடுத்து வர

உதவிய என் நண்பர்களுக்கும்,

நலவிரும்பிகளுக்கும் எனது நன்றிகள்!!

முன்னுரை

வணக்கம், நான் உங்கள் நண்பன் **Dr.** கு.கோ.தனுஷ், மூன்று ஆண்டுகளுக்குப் பிறகு நான் மீண்டும் எனது கவிதை தொகுப்பின் வாயிலாக உங்களுடன் உரையாட வந்துள்ளேன். எனது முதல் கவிதை தொகுப்பான “ஒரு குட்டி கவிதை” வெளியான போது எனக்கு இருந்த ஆர்வத்தை விட எனது புதியப் படைப்பான “பூவே உனக்காக” வெளியாகும் இவ்வேளையில் எனது ஆர்வத்தோடு சேர்த்து என் அனுபவமும் வளர்ந்துள்ளதாக நான் உணர்கின்றேன்.

கவிதை அழகைக் குறிக்கும் அழகு ஒரு வகையில் காதலைக் குறிக்கும். இவ்வுலகில் உள்ள அனைத்து கவிஞனும் அவன் எந்த மொழியில் புலமைப் பெற்றிருந்தாலும் அவன் எழுத்து பயணத்தில் கண்டிப்பாக ஒரு அழகிய காதல் கவிதையை எழுதியிருப்பான். அதிலும் குறிப்பாக ஒருதலை காதலைப் பற்றி தான் இன்னும் அழுத்தமாக

கூறியிருப்பான். அந்த வரிசையில் நானும் இணைந்து கொள்கிறேன்.

இக்கவிதைத் தொகுப்பில் உள்ள கவிதைகள் அனைத்தும் நான் பார்த்து,கேட்டு,உணர்ந்து எனக்குப் புரிந்த காதலை உங்கள் முன் சமர்ப்பிக்கிறேன். இதில் கூறப்படும் ஓர் காதல் சம்பவம் பெரும்பாலான மக்களின் வாழ்வில் நிகழ்ந்திருக்கும் என்று நான் நம்புகின்றேன். இக்கவிதைத் தொகுப்பை நீங்கள் வாசிக்கும் போது உங்கள் வாழ்வோடு பொருத்திப் பார்க்க முடியும் என்றால் ஒரு கவிஞனாக நான் வெற்றியடைவேன்.

நன்றி.

வாழ்க தமிழ்!! வளர்க தமிழ்!!!

நான் உன்னைப் பார்த்த முதல் கணமடி– என்

இதயத்தில் பாய்ந்த இரத்தத்தின் அளவோ ஆயிரம்

கனமடி!!

ஒரு கொள்ளை புயல் மையம் கொண்டது அவள்

கண்களில் கருவிழியாய்!

அதில் சிக்கிச் சின்னாபின்னமானது என் உயிர்

ஒரு வழியாய்!

அவள் பாற்கடல் கண்களில் கரைந்தேன்

தித்திக்கும் சீனியாக!

அவள் பிரேம் போட்ட கண்ணாடியினுள்

அடைந்தேன் திக்கற்ற ஜீனியாக!

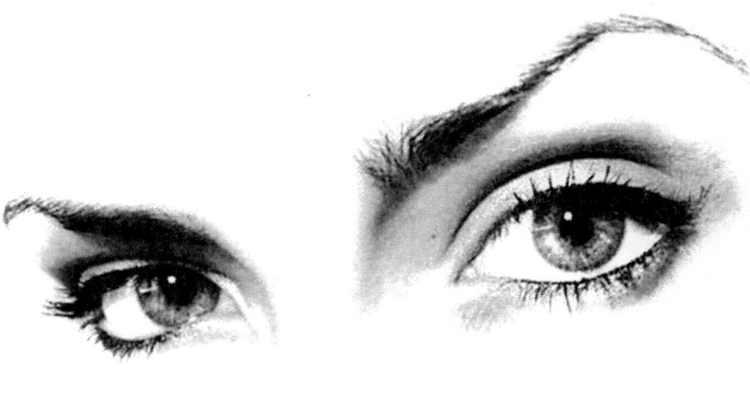

தொடர அதிர எழும்பும் என் தொண்டை குழியும்!

பதறி சிதறி நடுங்கும்!!

பதுங்கு குழியில்

பாயும்! – என் பாவையின் பார்வை கண்டால்!!

பாகல் போல் கசந்த என் பகல்களும்

பாகைப் போல் இனித்தது!!

காதலெனும் பேனாவைக் கொண்டு என்

வாழ்வின் பிழைகளைச் சுழித்தது!!

உன்னைக் காணாத நொடிகள் மட்டும்

தான் என் வாழ்வில் சலித்தது!!

இது தான் காதலின் அறிகுறியா? – என்று அறியாமல்!

என் நெஞ்சம் விழித்தது!!

என் பற்கள் இளித்தது!!

வள்ளுவன் எழுத மறந்த “அதிகாரம்” நீ!!

கம்பன் வீட்டு கட்டுத்தறி கவி பாட மறந்த “கவிதை” நீ!!

பத்துப்பாட்டில் பாடாத “பாடல்” நீ!!

எட்டுத்தொகையில் வட்டியுடன் சேர்க்க வேண்டிய “தொகை” நீ!!

சித்தன்னவாசலில் வரைய மறந்த “சித்திரம்” நீ!!

பல்லவன் செதுக்க மறந்த “சிற்பம்” நீ!!

சோழன் கட்ட மறந்த “கோவில்” நீ!!

பாண்டியன் சங்கம் வைத்து வளர்க்க மறந்த “தமிழ்” நீ!!

இராவணன் கற்க மறந்த “கலை” நீ!!

எடிசன் திருட மறந்த “கண்டுபிடிப்பு” நீ!!

ஹிட்லர் கைப்பற்ற மறந்த “காதல் தேசம்” நீ!!

சாப்ளின் செய்ய மறந்த “நகைச்சுவை” நீ!!

அரிதாக ஆட்சியாளர்கள் பேசும் “உண்மை” நீ!!

நான் என் நண்பனிடம் "முரட்டு சிங்கிள்" என்று சொல்லும் "பொய்யும்" நீ!!

எல்லாமும் நீ!! என்(னாளும்) நீ!!

கல்லூரி வாசலில் எனக்குக் காய்ச்சல் வந்தது!

காதல் தேவதையின் வில்லிலிருந்து அம்பின்

பாய்ச்சல் வந்தது!

அவளோ வெள்ளைச் சுடியணிந்த ஓர் “பூ” செடி!

காற்றில் எங்கும் வீசியது பன்னீர் வாசமடி!

எதிரில் அமர்ந்த அவளை என் எதிர்காலமாகப்

பார்த்தேன்!

எட்டயபுரத்து கவிஞனிடம் போட்டிப் போட்டேன்!

அறிந்தே கவிஞனானேன் அவளை வர்ணிக்க!

அறியாமல் தலைவனானேன் அவளைக் காக்க!

நாள்தோறும் வருகைப் பதிவேடு வாசிப்பது என்

வாடிக்கை!

யாருக்கும் தெரியாமல் நடுவகுப்பிலிருந்து அவள்

இன்முகத்தைப் பார்ப்பேன் வேடிக்கை!

இரட்டை இலையைப் போன்ற அவள் புருவத்தின்

மேலே உதித்தது சூரியன் பொட்டாக!

அவள் கண்களைப் பார்த்து பேசும் போது

வியர்வையாக வடியுதடி உயிர் சொட்டு சொட்டாக!

என் இதயத் துடிப்பில் ஏதோ மாறுபட்ட சத்தம்!

அது உன் பெயரைத் தான் முனங்குதடி நித்தம்!

உன்னைப் பற்றியே எழுதிய என் பேனா

உன் பெயரைச் சொல்ல துடிக்கிறது!!

அதன் முனையை மூடி வைத்தேன்-- அது

மேசையிலிருந்து கீழே விழுந்து உருண்டு

அடம்பிடிக்கிறது!!

நீ என் மனது கண்ட காதல் குவியம்!!

உன் கண்களைச் சுற்றிதான் சுழற்கிறது என்

புவியும்!!

உன் பெயரைக் கேட்டால் சிலிர்க்கிறது என்

செவியும்!!

உன் குரலைக் கேட்டால் குலுங்கிச் சிரிக்கிறது என்

இதயம்!!

என் காதல் வங்கியில் கவியாய்ச் சேமிப்பேன்

இதையும்!!

சேமித்ததை உன்னிடம் சேர்ந்து உரையாடும்

நேரத்தில் செலவிட விரும்புகிறேன்!!

அவள் “specs” போட்ட கண்கள் இரண்டும்

“spectacular” !

என் வாழ்வின் காதல் தேசத்தைக் காட்டிய “

Binocular” !

கலரற்ற என் இதயத்திற்கு அடித்தாள்

காதலெனும் “oil paint”!!

என் பூவின் ஒளிவட்ட முகத்தைப் பார்த்தால்

ஆகும் என் ஆயுள் “Faint”!!

என் வாழ்வில் முதன்முதலாகத் துடிக்கிறது காதல் நாடி!!

அதற்கு காரணமானவள் ஒரு கண்ணாடி!!

அவளிடம் இருப்பது கண்ணா!! – இல்லை

கண் ரூபத்தில் இருக்கும் முகமது அலி ஜின்னா!!

என் உயிரை என்னிடமிருந்து பிரித்தெடுக்கிறாள்!!

விண்ணிலிருந்து நிலவு உன்னைப் பார்க்குதடி

‘உளவு’!!

உன் அழகில் பொறாமை கொண்டு தினந்தினம்

சுருங்குதடி அதன் “அளவு’!!

மாதந்தோறும் அது மறுபிறவி எடுத்தும் உன்னிடம்

தோற்கிறது !!

மேகங்கள் தழுவித்தழுவி நிலவின்

மனதை தேற்றுகிறது!!

டேய் மச்சி உன் ஆளை அங்கே பார்த்தேன்

இங்கே பார்த்தேன் என்று என் நண்பர்கூட்டம்

சொல்லும் போது!!

என் “வால்வு” கொண்ட இதயத்திற்கு “வால்”

முளைக்கிறது! – அது

பழத்தைக் கண்ட வானரத்தைப் போல்

மகிழ்ச்சியில் அங்குமிங்கும் துள்ளி குதிக்கிறது!!

நீ என் முன்னே நடந்து சென்றால்! – என்

பின்னங்கால் ஓட்டம் பிடிக்கும் உன் அருகில்

ஒன்றாக செல்ல!

நீ என் எதிரே நடந்து வந்தால் என்

ஐவிரலும்அடம்பிடிக்கும் உனக்கொரு “ஹலோ”

சொல்ல!

நீ கண்டுகொண்டால் என் கரமோ

மகிழ்ச்சியில் மார்பை முட்டி இதயத்தை வருடும்!!

நீ காணாமல் கடந்தால் என் கரமோ சிரத்தைத்

தட்டி முடியைக் கோதும்!!

ஒற்றுப்பிழை அற்ற கவிதை ஒன்றை

எழுதச் சொன்னார்கள் – நானோ!

உன் பெயரின் பின்னால் என் பெயரைச் சேர்த்தேன்

ஓர் அழகிய காதல் கவிதை உண்டானது! –

காரணம்?

இதில் சந்திப் பிழை இல்லை!

நாம் சந்திப்பதிலும் பிழை ஏதுமில்லை!

விரைவில் சந்திப்போமா!!

உன் கூழாங்கல் கண்ணுக்கிடையில் என் குட்டி

இதயம் சிக்கிக்கிச்சு!!

அது துடிக்கும் போது ஓரசி ஓரசி இந்தப் பாவி

உசுரு பத்திக்கிச்சு!!

விடிய விடிய பெஞ்ச மழையும் நீ வந்தவுடன்

விருட்டுனு விட்டுருச்சு!!

விடிஞ்சு நின்ன சூரியனும் உன்ன பார்த்தவுடன்

வெட்கப்பட்டு வெயிலா சிரிச்சிருச்சு!!

இடைவேளை நேரங்களில் இடைவிடாமல் உன்

நினைவுகள் என்னைத் துரத்துகிறது!

துரத்திய நினைவுகளைச் சிறைப்பிடித்தேன் என்

கைப்பேசியில் கவிதையாக!!

அதை உன்னிடம் சொல்ல முடியாமல்

சுமக்கின்றேன் காதல் சிலுவையாக!

சுமையோடு சுகத்தையும் தந்தாய் சலுகையாக!!

நெருக்கமில்லாதவரும் நெருக்கமானவர்கள்

உன்னைப் பற்றி அவர்களோடு பேசும் போது!

நெருங்கிய நண்பனோ என்னிடம் சைகை

செய்தான் நீ என் எதிரே நடந்து செல்லும் போது!

உன்னிடம் பேச ஆயிரம் உள்ளது!

மாதமோ ஆறு தான் உள்ளது!

நாட்கள் செல்கிறது!

சிறைப்பட்ட கவிதைகள் சொல்கிறது அவளிடம்

ஒப்படை என்னை!

இல்லையெனில் அவளுக்கு எப்படி தெரியும்

உன்னை!

யாருக்கும் சந்தேகம் வராமல் உன்னைக்

காணத்தான் தேடினேனடி பல சாக்கு!

அந்த சாக்குபோக்கைத் தேடி தேடி!!

யோசித்து யோசித்து!!

என் உடலில் குன்றியதடி போசாக்கு!!

காதலெனும் சொல்லுக்கு கால் உண்டு! – அது என்

வாழ்வில் அசைவின்றி கிடக்கிறது “ஊனமாக” –

காரணம் ?

அவள் நாவில் குடியிருக்கும் “மௌனத்தால்!”

நீரின்றி அமையாது உலகு!

நீயின்றி என் வாழ்வில் ஏதடி அழகு!!

என் மனதில் ஒரே ‘agitation!’

உன்னிடம் காதலை சொல்லவா வேண்டாமா என்ற ‘hesitation!’

அப்படி சொல்லி நீ முடியாது என்று கூறிவிட்டாள்

என் இதயத்தில் முளைக்கும் ‘infective vegetation!’

அதுவே என் வாழ்வின் “final destination!!!”

ஓர் அழகிய இரவு நேரம்!

ஆள் நடமாட்டம் இல்லாத சாலையோரம்!

நானும் அவளும் மட்டும்!!!

வாழ்வில் முதன்முதலாக அவளுடன் ஓர் பயணம்

பயண தூரம் சிறிது! நேரமோ குறைவு!

மனமோ நிறைவு!!!

வெறிச்சோடிய சாலையில் யாரோ வியர்க்க
விறுவிறுக்க

ஓடி வருவதைப் போல் ஓர் சத்தம்!!

திரும்பிப் பார்த்தால் யாருமில்லை! ஆனால்

அந்த ஓசையின் அளவு அதிகமானது!

பயண இலக்கின் தூரம் குறைய குறைய

ஓசையின் வீரியம் அதிகமானது!!

சுற்றி முற்றி பார்த்தேன் ஒருவருமில்லை!!

நம்மைத் தவிர ஒரு மூன்றாவது ஆள்
இருக்கிறான்

என்று நான் யோசித்தேன்!

அப்போது தான் புரிந்தது அந்த மூன்றாவது ஆள்

என் இதயமென்று!!

பயண தூரம் குறைய குறைய அவனின் ஓட்டம்

அதிகரித்தது!!!

நான் பயத்தில் என் கையை மார்போடு அழுத்தி

கட்டிக்கொண்டேன்!

எங்கே என் இதயம் அவளின் முகத்தை நேரில்

பார்க்க ஆசைப்பட்டு மார்பைப் பிளந்து வெளியே

வந்துவிடுமோ என்று !

என் இதயம் கதறுகின்றது என்னால் இனியும்

உன் காதலை சுமக்க முடியதென்று!!!

அப்போது முடிவெடுத்தேன் என் காதலை அவள்

கண்களில் சமர்ப்பிக்க!!!

நீயோ பால்வண்ணப் பருத்தி!

என் இதயம் உன்னிடம் காதலைச் சொல்ல

வற்புறுத்தி!

நம் நடைபயணத்தைச் சற்று நிறுத்தி!!!

என் காதலை உன் கண்ணுக்குமுன்னே

முதல்முறை நிறுத்தி!

கூறினேன் நீயே என் ஆயிரத்தில் ஒருத்தி!!!

வேண்டா வெறுப்பாய் வந்த இடத்தில்

வேண்டாமல் கிடைத்த வரம் அவள்!!!

வரத்தைக் கரம் பிடிக்க முடியாமல் காய்ந்து போன

மரம் நான்!!

அன்றோ திரி கிள்ளிய சரத்தைப் போல் வெடித்து

சிரித்த என் உதடுகள்!!

இன்றோ நமட்டுச் சிரிப்பால் என் நமுத்த

இதயத்தில் சுமக்கிறேன் அவளின் சுவடுகள்!!

அவள் மீது எந்தத் தவறுமில்லை!!

ஒருதலையாக ஆசையை வளர்த்த நானே

சிறுபிள்ளை!!

வளர்த்த காதலை அவள் கைகளில் சேர்த்தேன்

அவள் நினைத்திருந்தால் அதனைக் கோபத்தால்

கூட்டி!

வன்முறையால் என் கன்னத்தை வகுத்து!!

என் காதலைக் கிழித்து வெருக்கி

எறிந்திருக்கலாம்!! ஆனால் அவளோ என்

உணர்வுக்கு மதிப்பளித்து!

என் காதலைத் தழுவிக்கொடுத்து!

என்னிடம் அதனை பத்திரமாகத் திருப்பி

கொடுத்தாள்!!!

என் இதயத்தில் அமராத அமராவதி!

அவள் என்றும் என் வாழ்வின் ஒரு பகுதி!

என் காதல் என்றும் உன்னை மட்டுமே குறிக்கும்

விகுதி!!!

அவள் வேண்டுமென்றால் என்னை ஒரு நல்ல

நண்பனாகப் பார்த்துக்கொள்ளட்டும்! – ஆனால்

நானோ என்றும் அவளைப்போற்றிப் பாடும்

ஓர் புலவனாக, ரசிகனாக இருப்பேன்!!

பறவையே! பறவையே! வேடந்தாங்கலுக்குச்

செல்கிறாயா?

அப்படி என்றால் என்னையும் உன்னுடன்

அழைத்துச் செல்!

நீ போகும் வழியில் தான் என் வீடு உள்ளது

அங்கே என்னை விட்டு செல்!

உன்னைப் போல் எனக்கும் இந்த கால மாற்றம்

பிடிக்கவில்லை

பனிப்பொழியும் குளிர்காலம் உனக்கு!

குண்டுகள் பொழியும் கார்காலம் எனக்கு!

சரணாலயம் செல்லும் சந்நியாசியே! – என்

சரணாகதியை ஏற்றுக்கொள்வாயா?

உன்னைப் பற்றி நினைத்த வினாடிகளெல்லாம்

ஆகாயத்தில் விண்மீன்களாய்!

அதனை முடிந்தால் எண்ணி எனக்குக் கணக்கு

சொல்வீங்களா!

அதனை உன்னால் எண்ணி முடிக்க முடியாது!

உன்னை எண்ணாமல் எந்நாளும் என்னால்

இருக்கமுடியாது!!

சூரிய ஒளியின் பிரதிபலிப்பாலே

இரவில் வருகிறது நிலவொளியடி!

உன் மழலைத்தனத்தின் பிரதிபலிப்பாலே

என் இதழில் வருகிறது சிரிப்பொலியடி!

உன்னைப் பற்றிய நினைவுகளுக்கு முற்றுப் புள்ளி

வைக்கத்தான் என் மூளை முனைகிறது...

புள்ளிக்குக் கால் வளர்த்து அதனைக்

காற்புள்ளியாக்கி...

ஓ பெண்ணே! உன் பின்னே மீண்டும் தொடர

காதலோடு

என் இதயம் துடிக்கிறது!!!

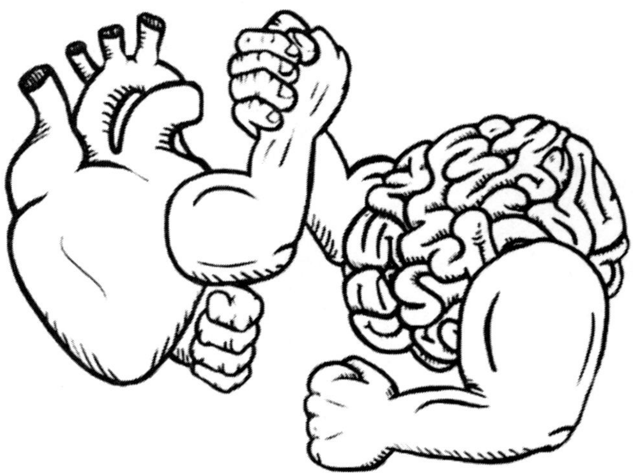

உன்னோடு நான் சிரித்து பேசியதோ ஒரே ஒரு

வாரம் !

அது என்றும் நிலைத்திருக்கும் என் மனதின் ஓரம்!

அதை நினைத்துப் பார்க்கும் போதெல்லாம்

கண்களில் கோர்க்கும் ஈரம்!

கோர்த்த ஈரத்தை உடைத்தெறிந்தால் கண்ணத்தில்

ஓடும் ஓடமாய்!!

என் பெயர்ந்த இதயத்தில் அவள் பெயர் என்றும்

நிலைத்திருக்கும் காதல் பாடமாய்!!

என் இதயத்தில் ஒரு ஒட்டுண்ணி ஒளிந்து கொண்டிருக்கிறது! – அது

காதலெனும் பெயரில் என்னுள் நெளிந்து கொண்டிருக்கிறது!

அவளின் அழகிய கண்களைக் காணும் போதெல்லாம்

காதல் என்னிதயத்தில் பல்கிப் பெருகும்!!

சிந்திக்கும் மூளையைச் சிறைப்படுத்திக் கொள்ளும்!!

நாவோ அவள் நாமத்தை மட்டும் சொல்லி மெல்லும்!!

சிரிப்பால் பற்களோ பட்டாசைப் போல் வெடித்து தள்ளும்!!

கால்கள் நமக்கே அறியாமல் அவளிருக்கும் திசையில் நம்மை இழுத்துச் செல்லும்!!

இதுவே காதலின் அறிகுறி!! – நம்

அனைவரின் வாழ்விலும் ஏதோ ஒரு வகையில்

இயற்கையால் நடத்தப்படும் வாலிப வழிப்பறி!!

எனக்கு நல்ல பார்வைத் திறனுள்ளதென்று

உணர்த்தினாள் ஒரு பாவை!! – ஆம்

எவ்வளவு கூட்டமிருந்தாலும் என் மைய பார்வை

அவளின் கண்ணாடியணிந்த கண்களின் மீதே

மையல் கொள்ள வைத்தது!!

அவள் என் அருகே உட்கார்ந்திருந்தாலும் ஏதோ

வேலை செய்வது போல என் புற பார்வை

அவள் புறா முகத்தையை ரசிக்க வைத்தது!!

என் ஈரடக்கு இதயத்தில் நுழைந்தாள் “வீசா”

இல்லாமல்!

“மிசா” சட்டம் போல் என் மீது பாய்ந்தது காதல்

“விசாரனை” இல்லாமல்!

அவள் கண்களால் என் உயிரைத் தரதரவென

இழுத்துச் சென்றாள்!!

அவள் சிரிப்பால் என்னைச் சித்திரவதை

செய்தாள்!!

அவளைப் போற்றிப் புகழ்ந்து மனம் குளிர பல

கவிதைகளை இயற்றினேன் மன்னிப்பு

கடிதங்களாக!!

ஆனால், மீண்டும் மீண்டும் என்னைக்

கொல்கிறாள்

அவள் செய்யும் மழலைத்தனங்கள் புதிய

வடிவங்களாக!

அவளுக்குப் புரிகிறதா என்று தெரியவில்லை

என் எழுத்துக்கள் அனைத்தும் அவளைப் பற்றி

தானென்று!!

இன்ஸ்டாகிராமில் எந்தக் காதல் போஸ்ட்டைப்

பார்த்தாலும் இன்ஸ்டன்ட்டாக என் நினைவிற்கு

வருவது

அவள் முகம் தான்!

அப்போஸ்ட்டில் அவள் பெயரை 'டேக்' செய்யத்

துடிக்கிறது என் அகம் தான்! – ஆனால்

இறைவன் எனக்குத் தரவில்லை அச்சுகம் தான்!

அவள் என்னைப் பற்றி ஒரு வினாடியாவது

நினைத்திருப்பாளா? – என்ற வினாவிற்கு

என்னிடம் பதிலில்லை!

நான் அவளைப் பற்றி நினைக்காத வினாடி

ஏதேனும் உண்டா? – என்ற வினாவிற்கு

என்னிடம் விடையிருந்தும் விளக்கமுடியவில்லை!

அவளை விட்டு விலகிச்செல்லவும் என் மனதால்

முடியவில்லை!!

என்னதான் நண்பர் பட்டாளத்துடன் பேசி சிரித்து

கூடி கும்மியடித்தாலும்!!

ஏதோ ஒரு புள்ளியில் அமைதியாகிறேன்!

என் கள்ளியால் அவதியாகிறேன்!

என் இருகண்களும் உறைந்து போகிறது!

உயிரோ உடலை விட்டு மறைந்து போகிறது!!

இதயமோ என்னைவிட்டு உன்னைக் காண

தவழ்ந்து போகிறது!!

யாராவது ஒருவர் என்னைத் தட்டி எழுப்பினால்

தான்

தப்பிப் பிழைக்கின்றேன்!!

என்ன டா ஆச்சு என்று கேட்டால்! ஒன்றுமில்லை

எனக் கூறி விழிக்கின்றேன்!!

டேய் பொய் சொல்லாதே என்று அவர்கள்

சொல்வார்கள்

ஆனால், நான் உண்மையைத் தான்

சொல்கின்றேன்

ஒன்றுமில்லை இனி நடப்பதற்கு ஒன்றுமில்லை.

நதியில் பாய்ந்தோடும் உபரிநீரும்!!

விழியில் வழிந்தோடும் உவர் நீரும்!! – நல்லது

தான்

அளவுக்கடந்த நீர் தேக்கம் அணையை

உடைக்கும்!!

அளவுக்கடந்த அவள்மீதான காதலின் ஏக்கம்

உன்

இதயத்தை நொறுக்கும்!!

என் பேனாக்கள் படுத்தப் படுக்கையானது!!

என் காகிதங்கள் கசங்கிக் கிடக்கின்றது!!

என் கனாக்கள் கலைந்து கொண்டிருக்கிறது!!

எள்ளுதுாள் போல் சிதறிக்கிடந்த என் வாழ்வு – உன்னைக்

கண்ட பிறகு உன் கண்களில் விழுந்த பிறகு

எஃகு தூண் போல் நிமிர்ந்தது! வாழ்வு ஆச்சிரியக்குறியானது!!

உன்னைக் காணாத இந்த சில நாட்கள் உன்

நினைவுகளின் சுமை தாங்காமல் – என்

வாழ்வோ கூனிக் குறுகியது! மீண்டும் உன்னை எப்போது

பார்ப்பேன் என்று தெரியாமல் கேள்வி

குறியானது??

யாராவது என்னிடம் வந்து நீ

காதலித்திருக்கிறாயா என்று கேட்டால்!

காதலித்து கொண்டுதான் இருக்கின்றேன்

என்பேன்!

இருதலை காதல் தான் இறக்கும்

இறந்தகாலமாகும்!!

ஒருதலை காதல் இருக்கும் நிகழ்காலமாய்!!

அவளின் எதிர்காலம் நல்ல இருக்க பிராத்திக்கும்

மனதோரமாய்!!

உன் வாழ்வில் நடக்கவிருக்கும் நல்ல காரியத்தை

நான் கேட்ட அந்நொடியே !!

என் வாழ்வில் இருந்த காதலுக்குச் செய்தேன்

பதினான்காம் நாள் காரியம் பூங்கொடியே!!

நீ என் கண்ணெதிரே வந்துவிடமாட்டாயா?? என்ற

காலம் போய் !

என் கண்ணெதிரே இப்போது வந்தாலே

ஒன்றுமில்லாத

என் கைப்பேசியில் எதையோ தேடுவதைப் போல்

தேடுகிறேன்!

நீ இருக்கும் இடத்தை விட்டு வெகுதூரம்

ஓடுகிறேன்!!

உன் கண்களைக் காணாமல் கடந்து செல்கிறேன்!!

தேய்ந்த என் இதயத்தை இன்னும் தேயவிடாமல்

பார்த்துக்கொள்கிறேன்!!

என் கவியைத் தாங்கும் காகிதங்கள் நாளை

கன்னிமாரா நூலகத்திற்குச் செல்லலாம்!!

ஏன், காயலாங்கடைக்குக் கூட செல்லலாம்!!

ஆனால், அதிலிருக்கும் காதலென்றும் குறையாது

என் கன்னியை என் கண்களென்றும் மறவாது!!

காதல் என்றால் என்ன?

மூளையெனும் முற்போக்குவாதி மூச்சுக்கு

முன்னூறு முறை நம்மை எச்சரித்தும்!!

இதயமெனும் இலுமினாட்டி செய்யும் சதி வேலை

தான் காதல்!!

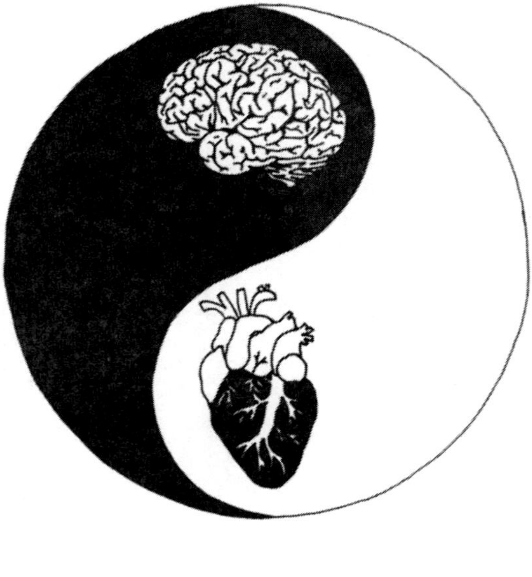

collage' முடிஞ்சு போச்சு கால் 'age' உம்

ஓடிப்போச்சு!

'voltage' இல்லாத என் உசுர 'one-side' லவ்

கடத்திப்போச்சு!

அது உன் 'side'ல விட்டுப் போச்சு!

நான் என்னைக்கும் யுவர் 'side'னு என் இதயம்

உன்னிடம் வித்துத்துப் போச்சு!

'Triage' போல என் வாழ்க்கை இருந்துச்சு

'hectic'கா!

உன்னைக் கண்ட பிறகு தான் அது மாறுச்சு

'poetic'கா!

உன் அழகிய கண்களே என்றும்

என் காதல் கொடியின் 'swastika'!

என் ‘art’க்கு வந்த ‘muse’ அவள்தான்!!

என் ‘heart’க்கு வந்த காதலைச் சேகரிக்கும்

‘museum’ அவள்தான்!!

என் ‘headphone’ல் ஒலிக்கும் ‘music’

அவள்தான்!!

என் ‘head’க்குள் நிகழ்ந்த ‘magic’

அவள்தான்!!

என் ‘life’ல் நடந்த ‘logic mistake’ அவள்

மீது

கொண்ட காதல்தான்!!

அதனை ‘correct’ செய்ய வந்த ‘mystic’உம்

அவள்தான்!!

அவள் என்னை ஒரு ‘friend’ஆக ‘connect’

பண்ணாள் ‘on spot’!

அதனை ஏற்க்காமல் ஏற்றது என் “heart

spot”!!

அவள் என்னை ஒரு நண்பனாகப் பார்ப்பதில்

தவறில்லை!!

அதனை 'receive' பண்ண என் இதயத்தில்

தான்

"tower" இல்லை!!

நானே விலகிச் செல்கிறேன்!!

கண்காணாத இடத்திற்கு உன் கண்களைக்

காணாத இடத்திற்கு!! – ஆனால்

என்றும் உனக்காக ஒரு 'receiver'ஆக

இருப்பேன்!!

என்றும் எனக்காக உன்னை மட்டும்

ரசிக்கும் "ரசிகராக" இருப்பேன்!!

அது என்றும் மாறாது!!

அவ்வளவு தான் இது தான் உன்னைப்

பற்றிய கடைசி கவிதை!!

இது தான் உன்னைப் பற்றிய கடைசி வரி!!

இது தான் உன்னைப் பற்றிய கடைசி எழுத்து!!

இவ்வாறு சொல்லிக் கொண்டே தினந்தினம்

ஒரு புதுக்கவிதை உன்னைப் பற்றியே

எழுதிக் கொண்டிருக்கிறேன்!!

எழுதிக் கொண்டிருப்பேன்!!

காதல் வாலிபத்தின் ஒரு வகையான ஒப்பனை!! –

அது

பலர் வாழ்வில் கைகூடா கற்பனை!!

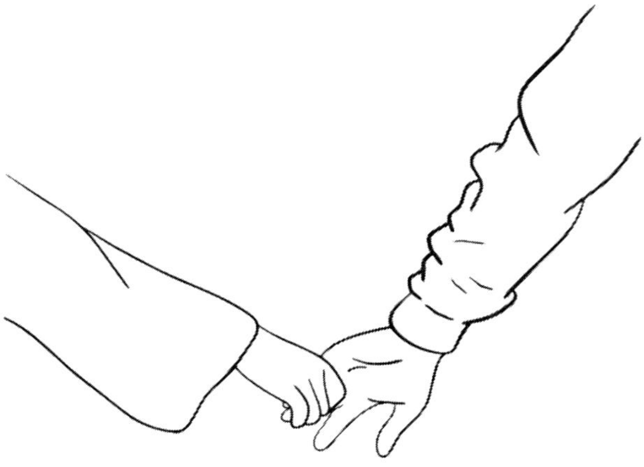

வெறும் நான்கு வரியினுள் அவளை அடைக்க முடியாது, நாற்பது கவிதையினுள் ஒரு காதல் கதையை சுருட்ட முடியாது. இந்தக் க(வி)தைகளுக்கு என்றும் முடிவில்லை.

ஏதோ ஒரு வழியில் நம் நண்பர்களிடமோ, நமக்கு நெருக்கமான உறவுகளிடமோ அதைப் பற்றி பேசிக்கொண்டு தான் இருப்போம். புலம்பிக் கொண்டு தான் இருப்போம். இப்புத்தகத்தின் இறுதியில் சில காலி பக்கங்களை என் வாசகர்களுக்குத் தருகிறேன் அதில் உங்களின் காதல் உணர்வினை வெளிப்படுத்தி உங்களுக்குப் பிடித்தமான நபரிடம் தாருங்கள். என்னால் முடியாததை நீங்களாவது செய்து இக்க(வி)தையினை முடியுங்கள்.

- இப்படிக்கு என் இதயம்

கு. கோ. தனுஜ்
(KGD-13)

எல்லாம் நன்மைக்கே